A for ADOBO

NELSON AGUSTÍN

TAHANAN BOOKS FOR YOUNG READERS

To Norm, with all my love — N.A.

Published by Tahanan Books for Young Readers
An imprint of Ilaw ng Tahanan Publishing, Inc.
Unit 402, Cityland III, 105 V.A. Rufino Street
Legaspi Village, Makati City 1229, Philippines
(63-2) 8-813-7165 • marketing@tahananbooks.com
www.tahananbooks.ph

Filipino language editor: Eugene Y. Evasco

Special thanks to Ige Ramos, Olivia Khu-Garcia,
Fatima Marcelino, and Karen Capellan

First edition published in 2010. Board book edition 2016.
Printed in the Philippines by Studio Graphics

Third Edition
10 9 8 7 6 5 4 3 2 1

National Library of the Philippines Cataloging-in-Publication Data
Recommended entry:

Agustin, Nelson.
    A for adobo / Nelson Agustin. — Manila :
  Tahanan Books for Young Readers, [2022], ©2022.
      pages ; cm

    ISBN 978-621-422-050-2 (pb/bp)

    1. Reading (Primary). 2. Filipino language — Alphabet.
  3. Alphabet books. I. Title

    372.465 LB1525.65 2022 P220220117

Simulan natin ang isang alpabetong paglalakbay

Ng mga lutong-bahay na pagkatakam-takam

Mga makatas na prutas at mga kasiya-siyang minatamis

Sa isang nakakagalak na pagsasanib ng Silangan at Kanluran

Iyan ang pagkasarap-sarap na halina ng pagkaing Pilipino!

Let's embark on an alphabetical journey

Of mouthwatering homegrown dishes

Luscious fruits and scrumptious desserts

A thrilling fusion of East and West

That's the gastronomic alchemy of Filipino food!

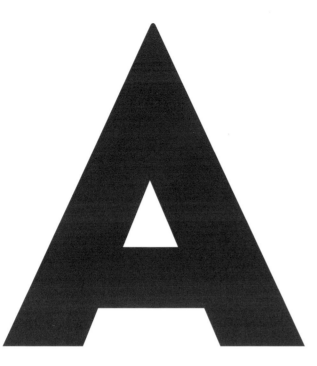

Adobo

Karne ng baboy at manok na nilaga sa suka
Kasama ng toyo't panimpla; masarap kapares ng sinaing.
Isang sayang pagsasaluhan ng pamilya at mga kaibigan.

Succulent pork and chicken meat stewed in vinegar
With soy sauce and spices, best served with steamed rice
And shared with family and friends, for sheer delight.

Bibingka

Maringal na kakaning bineyk na may gata,
Mainit-init na ihain sa dahon ng saging
At iyong nanamnamin sa Kapaskuhang maginaw.

A sumptuous rice cake baked with coconut milk
Served hot and wrapped in banana leaf
Enjoyed through the cool climes of Christmas.

B

Calamansi

Sitrus ng Pilipinas, ito'y sorpresang maasim.
Pigain sa mga lutuin para sa masigid na lasa,
Gawing pamatid-uhaw kapag tirik ang araw.

Philippine citrus, a sour surprise.
Squeeze over dishes for a tangy taste
Makes a refreshing drink when the sun is high.

C

D

Durian

Matinik na balat at hindi kanais-nais ang amoy,
Nagsisimulang magbitak kapag nahihinog,
Nakalulugod na lasa ng saging, karamelo, at vanilla.

Smells like hell, tastes like heaven!
Ripens as the thorny hull begins to crack
Inside, a luscious mix of banana, caramel, and vanilla.

Ensaymada

Pag-ibig ay malambot na unan ng keso at mantekilya
Bilog tulad ng araw, tamis sa iyong mga labi!
Kapares sa mainit na tsokolate pagkaraan ng siyesta.

Love is a soft pillow of cheese and butter
Round as the sun, sweet sugar on the lips!
After siesta, savor with a cup of hot chocolate.

F Leche Flan

Matamis na pagsasanib ng kondensada at burok,
Karamelong pinasingawan at may arnibal sa ibabaw.
Kasiya-siyang handog, buong pagmamahal na inihanda ni Lola!

A symphony of condensed milk and egg yolks
Caramel steamed pudding glazed with brown sugar
A delightful treat, lovingly prepared by Lola!

Ginataan

Dagat ng makremang gata na sagana sa gabe,
Langka, kamote, saging, at sago sa mainit na mangkok
Na yayakap sa iyong puso sa mga gabing maulan.

Sea of creamy coconut milk full of tubers, jackfruit,
Sweet potato, plantain banana, and tapioca pearls
A warm bowl to hug your heart on rainy nights.

G

H Haluhalo

Langit ng yelong kinaskas, mga ulap na sorbetes, ambon ng gatas
Sa ibabaw ng isang bahaghari ng abitsuwela, langka, gulaman,
Sago, leche flan, ube halaya, nata de coco, at pinipig.

Thick sky of shaved ice, ice cream clouds, drizzle of milk
Over rainbows of red beans, jackfruit, gelatin, tapioca,
Leche flan, ube halaya, nata de coco, and pinipig.

Itlog na Pula

Mga sariwang itlog, isang buwang ibinabad sa tubig na maalat
Pinakuluan at pinintahan ng matingkad na pula
Biyakin at namnamin ang nagmamantikang maalat na burok!

Fresh eggs soaked in brine for a month
Then boiled and covered with bright crimson dye
Now crack open to eat the salty yolk within!

Jamon de Bola

Ang hari ng mga piyesta, Pasko, at Bagong Taon,
Hiniwa-hiwang sarap ng alat at tamis,
Bilog na linamnam, ligid ng pira-pirasong pinya.

King of fiestas, Christmas, and New Year's
Sliced pink goodness—salty yet sweet
Delicious roundness ringed with pineapple chunks.

J

K Kare-kare

Nilagang buntot at tuwalya ng baka
Saka gulay, haluan ng giniling na mani
Pinasarap ng bagoong, isang paborito!

A savory stew of oxtail, tripe, and vegetables
Stirred in deliciously thick peanut sauce
With shrimp paste to taste, a Filipino favorite!

L

Lumpia

Pinaghalong karne at gulay, binalot nang mainam.
Sinlaki ng daliri at ipinirito sa kumukulong mantika
Isawsaw sa sarsang matamis-maasim bago tikman!

Pork and veggie goodness, all wrapped tight
Finger-sized rolls deep-fried to perfection
Dip in sweet and sour sauce, before you bite!

Mangga

Pusong gintong kinagigiliwan ng bata!
Kinakain nang hinog, hilaw, binuro, o pinatuyo man
Ating pambansang prutas, hiyas ng ating kapuluan.

Heart of gold, child's delight.
Ripe, green, pickled, or dried—
Our national fruit, pride of the islands.

Nata de Coco

Likhang-Pilipinong "krema ng niyog" ang kahulugan
Mga masarap nguyaing kuwadradong jelly,
Sahog sa haluhalo, sorbetes, at iba pang minatamis.

"Cream from coconut," a Filipino original.
Chewy jelly cubes poured in a pretty cascade
Over haluhalo, ice cream, and other desserts.

Ñ

Piña

Reyna ng mga prutas, kay gara ng iyong korona.
Sa ilalim ng iyong balat na may daan-daang mata,
Ikaw ang makatas na tamis-asim na sinag-araw!

Queen of fruits, how well you wear your crown
Beneath your prickly skin of a hundred eyes
You are juicy, tangy sunshine!

Ng
Daing na Bangus

Bangus na hiniwang hugis-paruparo, ibinabad sa suka
O, langhapin natin ang sarap ng malagintong prito!
Lalo na sa agahang may sinangag at pritong itlog.

Butterfly-cut milkfish soaked in a marinade of vinegar
Pan-fried golden brown—ooh, smell that aroma!
Especially enjoyed with garlic rice and eggs.

Okoy

Mumunting hipon at sibuyas na murà
Ginintuang pinirito, isawsaw sa suka't bawang,
Sa bawat kagat na malutong, ikaw ay napapa-"Wow"!

Thin pancakes of tiny shrimps and spring onions
Fry till golden, then dip in garlic-vinegar
With each crunch the tongue jumps, "Wow!"

Pinakbet

P

Ginisang gulay, may ampalaya, okra, at kalabasa,
Talong at sitaw, may bagoong na pampalasa,
Mainam dahil nakakabusog na, masustansya pa!

Vegetable stew of bitter melon, okra, and squash,
Eggplant, string beans, and shrimp paste—just a dash
A stew that is hearty and healthy—and good for you!

Quiamoy

Mula sa Tsina ang mga pinatuyong pulang plum,
Ginugulat, nililito ang dila sa mga lasang di inaasahan;
Matamis, maasim, maalat—salimbayan ng lasa!

From China came these puckery, red dried plums
Puzzling the tongue with unexpected flavors
Tangy, sweet, sour, salty—all at once!

R Rambutan

Ano itong kakatuwang bungang mabuhok?
Pisilin ang balat na makapal, hintayin ang lalabas
Tikman ang lamang matamis, makatas, at malambot!

What is this bizarre fruit with hairy spines?
Pinch its thick hide open, see what you find
Taste the sweet, juicy, rubbery flesh inside!

S Sinigang

Karne man o lamang-dagat na may sariwang gulay,
Timplahang hinay-hinay ng bayabas o sampalok,
Pang-araw-araw na higop ng sabaw na sarap-asim!

Meat or seafood, and fresh vegetables served right
Flavor with guava or sampaloc, but keep it light
An everyday sour soup, good to the last sip!

Taho

Naririnig mo pa lang ang sigaw, "Tahooooo!"
Nananabik ka nang lumabas upang namnamin
Ang mala-sutlang sarap ng taho, arnibal, at sago.

"Taho-ooo!"—brings you outside
Excited, you slurp satin tofu, doused in syrup
And topped with bubbles of tapioca. Yum!

T

Ube Halaya

Ubeng matingkad, minasa at minatamis,
Papakin man o sangkap sa haluhalo,
Malagkit na tamis na kaiga-igaya!

Bright purple yam, may be mashed into jam
Eaten with haluhalo or alone in a spoon
Its mushy sweetness makes you swoon!

U

V Paella Valenciana

Makulay na lutuin mulang Espanya, ngayon ay sariling atin na.
Lamang-dagat, karne, at chorizo na inilatag sa kaning dilaw.
Budburan pa ng paprika, mayroon ka nang kanin at ulam!

A culinary medley from Spain, now made into our own.
Seafood, meat, and chorizo on a bed of yellow sticky rice
Sprinkle with paprika, and you have a splendid meal.

Wansoy

Bumabango ang anumang haluan nitong parehil mulang Tsina.
Pinakatatangi ng mga kusinero ang mga dahong hugis-halaan
Pinababango't pinalalasa ang mga lutuin sa Asya.

The fragrant Chinese parsley refreshes all it touches
Treasured by cooks, this scallop-leafed herb
Perfumes and flavors many Asian dishes.

Bicol Express

Paglingon ng kusinera sa kaniyang pinalalambot
Na maanghang na sili, gata, at hiwa-hiwang karne,
Umandar ang tren patungong Bikol. Tsug! Tsug!

Just when the cook looks up from her stew
Of chopped pork, coconut milk, and fiery chilis
A train chugs for Bicol. Choo! Choo!

X

Yema

Makinang na karamelo at kondensada.
Gahinlalaking minatamis na tatsulok o bola,
Binalot ng matingkad na selopeyn.

Glazed caramel and condensed milk
Thumb-sized custard triangles and balls
All dressed up in bright cellophane.

Y

Z Arroz Caldo

Pang-almusal na lugaw o higit pa,
Manok, sibuyas na mura, bawang, at luya,
Pagkaing akma kapag may karamdaman.

Soothing breakfast rice porridge
Chicken, leeks, garlic, and ginger
Comfort food for the common cold.

Nelson Agustín is a non-binary writer, fine art photographer, and graphic designer. An honors graduate from the University of the Philippines College of Fine Arts, Nelson has worked in the fields of advertising, publishing, and marketing for more than twenty years. The author's imprint Helios Media has independently published photography books, novels, and poetry. They published a collection of flash fiction, *The Door Knockers and Other Stories,* on Amazon in 2022. The original edition of this book, *A for Adobo*, was published by Tahanan Books in 2010. Nelson lives in Vancouver, British Columbia, Canada.